ਸ਼ੁੱਭ ਰਾਤ, ਮੇਰੇ ਪਿਆਰੇ!

Goodnight, My Love!

ਸ਼ੈਲੀ ਐਡਮੌਂਟ
ਸਮੀਰ ਬਾਮਸਿਕ ਦੁਆਰਾ ਚਿਤ੍ਰਿਤ

www.kidkiddos.com

support@kidkiddos.com

First edition

Edited by Martha Robert
Translated from English by Jaspal Singh
ਜਸਪਾਲ ਸਿੰਘ ਦੁਆਰਾ ਅੰਗਰੇਜ਼ੀ ਤੋਂ ਅਨੁਵਾਦ ਕੀਤਾ ਗਿਆ
Punjabi editing by Rajjat Garg
ਰੱਜਤ ਗਰਗ ਦੁਆਰਾ ਸੰਪਾਦਨ ਕੀਤਾ ਗਿਆ

Library and Archives Canada Cataloguing in Publication
Goodnight, My Love! (Punjabi English Bilingual Edition)/ Shelley Admont
ISBN: 978-1-5259-3813-9 paperback
ISBN: 978-1-5259-3814-6 hardcover
ISBN: 978-1-5259-3812-2 eBook

Please note that the Punjabi and English versions of the story have been written to be as close as possible. However, in some cases they differ in order to accommodate nuances and fluidity of each language.

PiYo!

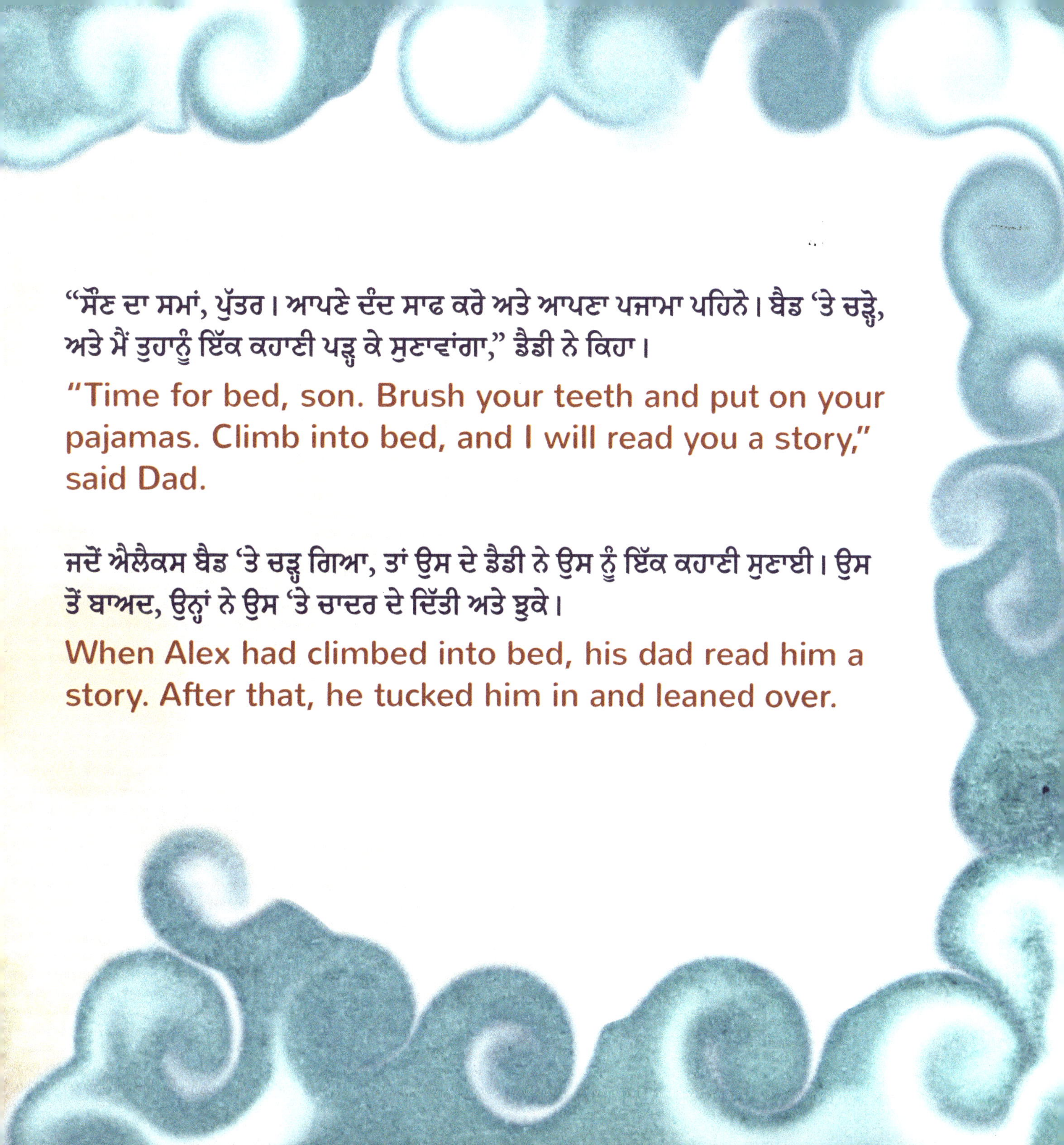

"ਸੌਣ ਦਾ ਸਮਾਂ, ਪੁੱਤਰ। ਆਪਣੇ ਦੰਦ ਸਾਫ ਕਰੋ ਅਤੇ ਆਪਣਾ ਪਜਾਮਾ ਪਹਿਨੋ। ਬੈਡ 'ਤੇ ਚੜ੍ਹੋ, ਅਤੇ ਮੈਂ ਤੁਹਾਨੂੰ ਇੱਕ ਕਹਾਣੀ ਪੜ੍ਹ ਕੇ ਸੁਣਾਵਾਂਗਾ," ਡੈਡੀ ਨੇ ਕਿਹਾ।

"Time for bed, son. Brush your teeth and put on your pajamas. Climb into bed, and I will read you a story," said Dad.

ਜਦੋਂ ਐਲੈਕਸ ਬੈਡ 'ਤੇ ਚੜ੍ਹ ਗਿਆ, ਤਾਂ ਉਸ ਦੇ ਡੈਡੀ ਨੇ ਉਸ ਨੂੰ ਇੱਕ ਕਹਾਣੀ ਸੁਣਾਈ। ਉਸ ਤੋਂ ਬਾਅਦ, ਉਨ੍ਹਾਂ ਨੇ ਉਸ 'ਤੇ ਚਾਦਰ ਦੇ ਦਿੱਤੀ ਅਤੇ ਝੁਕੇ।

When Alex had climbed into bed, his dad read him a story. After that, he tucked him in and leaned over.

"ਸ਼ੁੱਭ ਰਾਤ, ਪੁੱਤਰ, ਸ਼ੁੱਭ ਰਾਤ, ਪਿਆਰੇ। ਮੈਂ ਤੁਹਾਨੂੰ ਪਿਆਰ ਕਰਦਾ ਹਾਂ," ਉਹਨਾਂ ਨੇ ਕਿਹਾ।

"Goodnight, son. Goodnight, dear. I love you," he said.

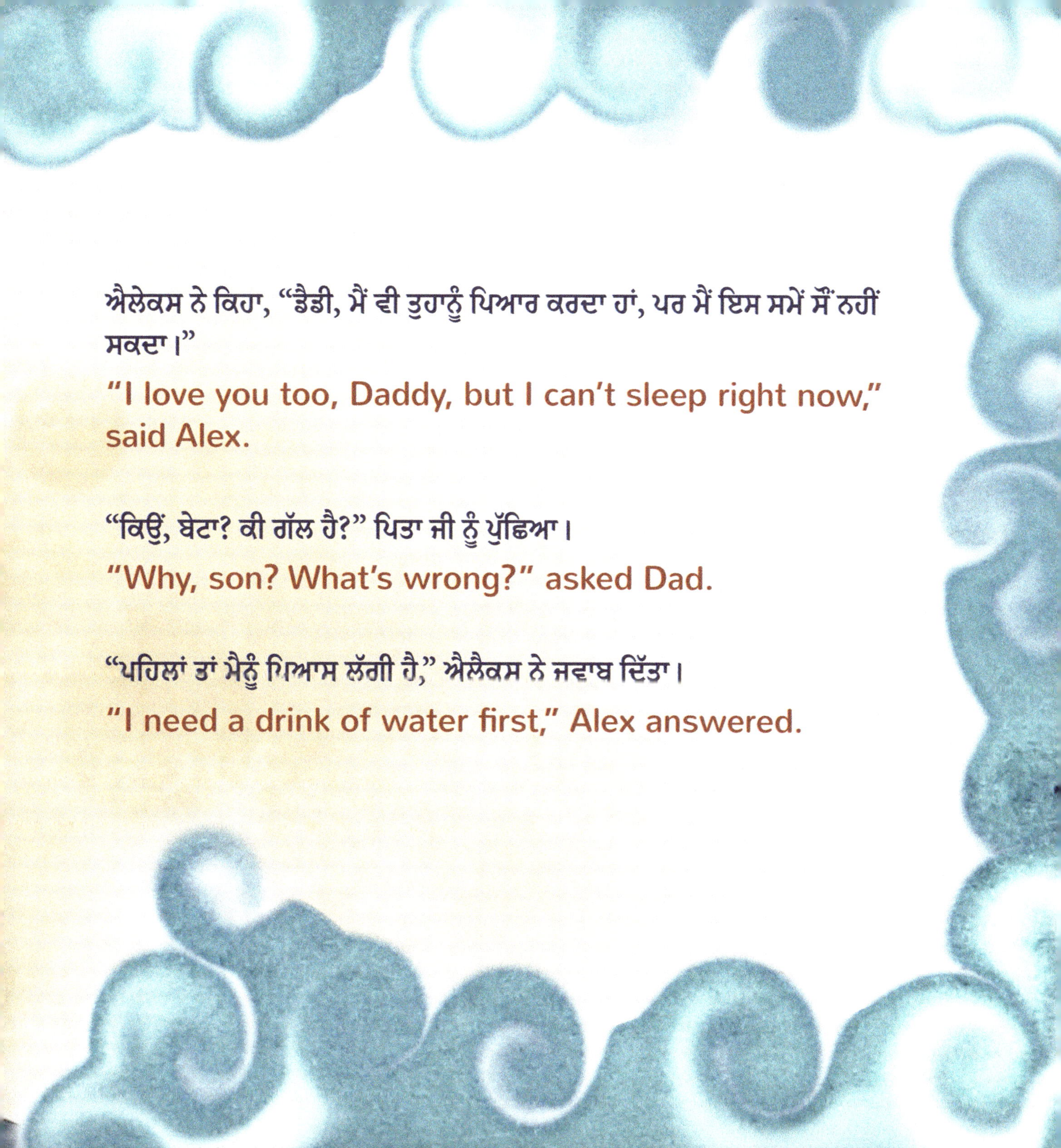

ਐਲੇਕਸ ਨੇ ਕਿਹਾ, “ਡੈਡੀ, ਮੈਂ ਵੀ ਤੁਹਾਨੂੰ ਪਿਆਰ ਕਰਦਾ ਹਾਂ, ਪਰ ਮੈਂ ਇਸ ਸਮੇਂ ਸੌਂ ਨਹੀਂ ਸਕਦਾ।”

“I love you too, Daddy, but I can’t sleep right now,” said Alex.

“ਕਿਉਂ, ਬੇਟਾ? ਕੀ ਗੱਲ ਹੈ?” ਪਿਤਾ ਜੀ ਨੂੰ ਪੁੱਛਿਆ।

“Why, son? What’s wrong?” asked Dad.

“ਪਹਿਲਾਂ ਤਾਂ ਮੈਨੂੰ ਪਿਆਸ ਲੱਗੀ ਹੈ,” ਐਲੈਕਸ ਨੇ ਜਵਾਬ ਦਿੱਤਾ।

“I need a drink of water first,” Alex answered.

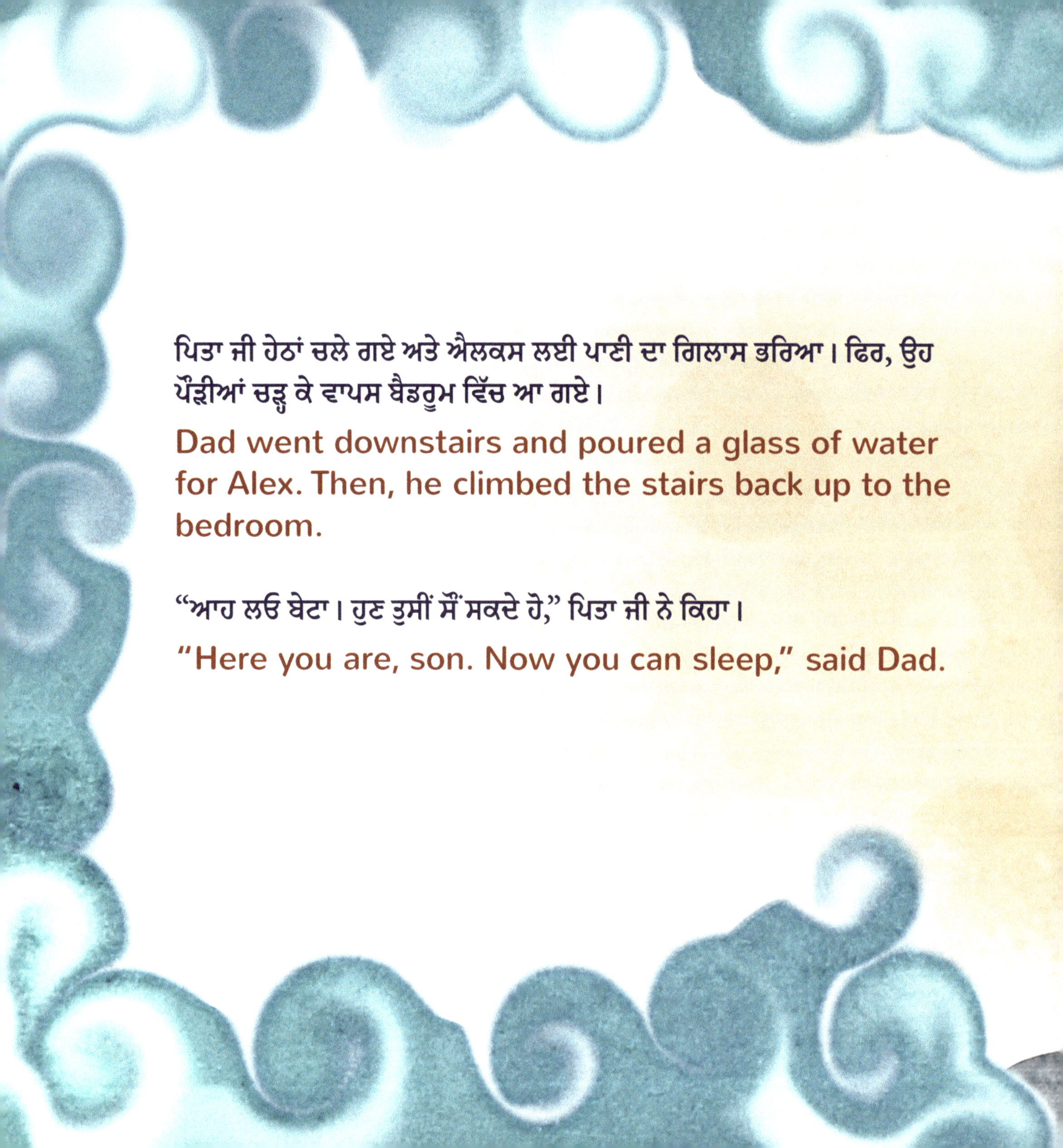

ਪਿਤਾ ਜੀ ਹੇਠਾਂ ਚਲੇ ਗਏ ਅਤੇ ਐਲਕਸ ਲਈ ਪਾਣੀ ਦਾ ਗਿਲਾਸ ਭਰਿਆ। ਫਿਰ, ਉਹ ਪੌੜੀਆਂ ਚੜ੍ਹ ਕੇ ਵਾਪਸ ਬੈਡਰੂਮ ਵਿੱਚ ਆ ਗਏ।

Dad went downstairs and poured a glass of water for Alex. Then, he climbed the stairs back up to the bedroom.

"ਆਹ ਲਓ ਬੇਟਾ। ਹੁਣ ਤੁਸੀਂ ਸੌਂ ਸਕਦੇ ਹੋ," ਪਿਤਾ ਜੀ ਨੇ ਕਿਹਾ।

"Here you are, son. Now you can sleep," said Dad.

ਐਲੈਕਸ ਨੇ ਪਾਣੀ ਦਾ ਗਿਲਾਸ ਪੀਤਾ ਅਤੇ ਵਾਪਸ ਲੇਟ ਗਿਆ। ਉਸਦੇ ਪਿਤਾ ਨੇ ਉਸ ‘ਤੇ ਚਾਦਰ ਦਿੱਤੀ ਅਤੇ ਉਸ ਵੱਲ ਨੂੰ ਝੁਕੇ।

Alex drank the glass of water and lay back down. His dad tucked him in and leaned over.

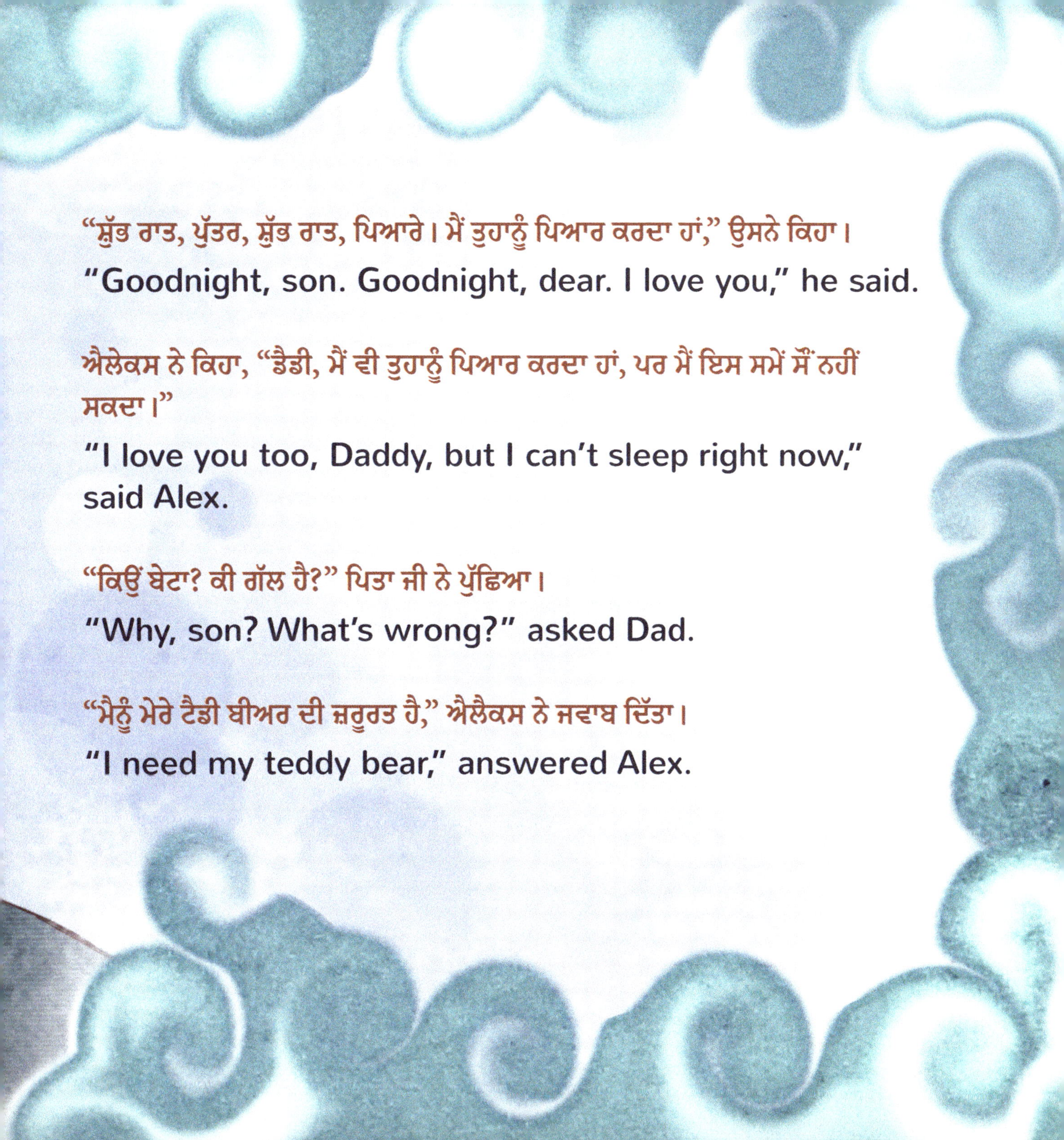

"ਸ਼ੁੱਭ ਰਾਤ, ਪੁੱਤਰ, ਸ਼ੁੱਭ ਰਾਤ, ਪਿਆਰੇ। ਮੈਂ ਤੁਹਾਨੂੰ ਪਿਆਰ ਕਰਦਾ ਹਾਂ," ਉਸਨੇ ਕਿਹਾ।

"Goodnight, son. Goodnight, dear. I love you," he said.

ਐਲੇਕਸ ਨੇ ਕਿਹਾ, "ਡੈਡੀ, ਮੈਂ ਵੀ ਤੁਹਾਨੂੰ ਪਿਆਰ ਕਰਦਾ ਹਾਂ, ਪਰ ਮੈਂ ਇਸ ਸਮੇਂ ਸੌਂ ਨਹੀਂ ਸਕਦਾ।"

"I love you too, Daddy, but I can't sleep right now," said Alex.

"ਕਿਉਂ ਬੇਟਾ? ਕੀ ਗੱਲ ਹੈ?" ਪਿਤਾ ਜੀ ਨੇ ਪੁੱਛਿਆ।

"Why, son? What's wrong?" asked Dad.

"ਮੈਨੂੰ ਮੇਰੇ ਟੈਡੀ ਬੀਅਰ ਦੀ ਜ਼ਰੂਰਤ ਹੈ," ਐਲੈਕਸ ਨੇ ਜਵਾਬ ਦਿੱਤਾ।

"I need my teddy bear," answered Alex.

ਪਿਤਾ ਜੀ ਕਮਰੇ ਵਿੱਚ ਗਏ ਅਤੇ ਨੀਲੇ ਰੰਗ
ਦਾ ਟੈਡੀ ਬੀਅਰ ਚੁੱਕਿਆ।

Dad walked across the room
and picked up a blue teddy bear.

ਉਹ ਇਸਨੂੰ ਵਾਪਸ ਲਿਆਏ ਅਤੇ
ਅਲੈਕਸ ਨੂੰ ਦੇ ਦਿੱਤਾ।

He brought it back and
gave it to Alex.

"ਇਹ ਨਹੀਂ, ਡੈਡੀ। ਮੈਨੂੰ ਸਲੇਟੀ ਰੰਗ ਦੇ ਟੈਡੀ ਬੀਅਰ ਦੀ ਜ਼ਰੂਰਤ ਹੈ।" ਐਲੈਕਸ ਨੇ ਕਿਹਾ।

"Not this one, Daddy. I need the grey teddy bear," said Alex.

ਪਿਤਾ ਜੀ ਹੱਸ ਪਏ। ਉਹ ਸੋਫੇ ਤੋਂ ਸਲੇਟੀ ਰੰਗ ਦਾ ਟੈਡੀ ਬੀਅਰ ਲੈਣ ਲਈ ਹੇਠਾਂ ਚਲੇ ਗਏ। ਫਿਰ, ਉਹ ਪੌੜੀਆਂ ਚੜ੍ਹੇ ਅਤੇ ਆਪਣੇ ਪੁੱਤਰ ਦੇ ਕਮਰੇ ਵਿੱਚ ਦੁਬਾਰਾ ਦਾਖਿਲ ਹੋਏ।

Dad laughed. He went downstairs to get a grey teddy bear from the couch. Then, he climbed the stairs back up to his son's room again.

"ਇਹ ਰਿਹਾ ਤੇਰਾ ਟੈਡੀ ਬੀਅਰ। ਹੁਣ ਤੁਸੀਂ ਸੌਂ ਸਕਦੇ ਹੋ," ਪਿਤਾ ਜੀ ਨੇ ਕਿਹਾ।

"Here is your teddy bear. Now you can sleep," said Dad.

"ਧੰਨਵਾਦ, ਡੈਡੀ!" ਐਲੈਕਸ ਨੇ ਕਿਹਾ।

"Thank you, Daddy!" said Alex.

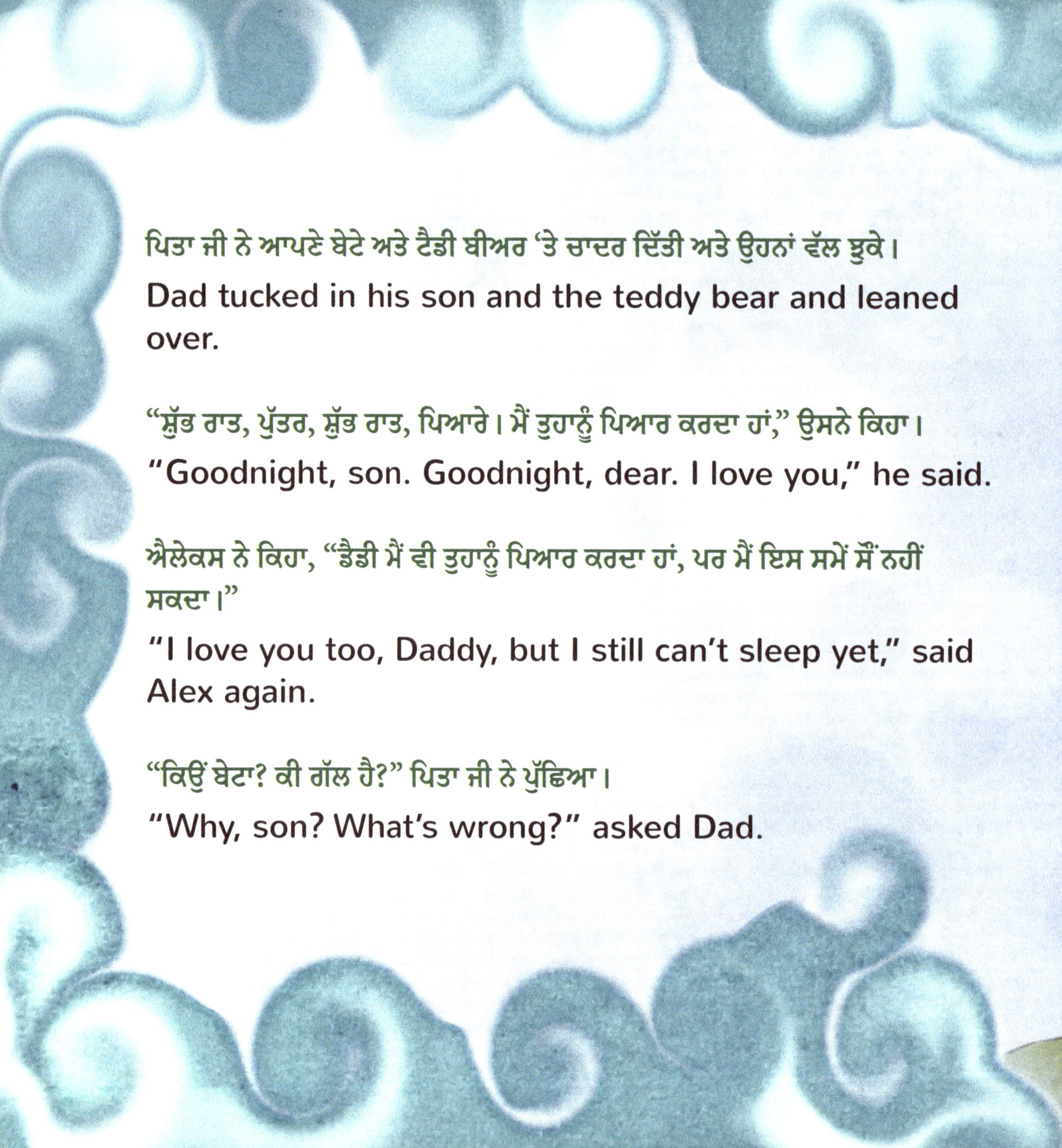

ਪਿਤਾ ਜੀ ਨੇ ਆਪਣੇ ਬੇਟੇ ਅਤੇ ਟੈਡੀ ਬੀਅਰ ‘ਤੇ ਚਾਦਰ ਦਿੱਤੀ ਅਤੇ ਉਹਨਾਂ ਵੱਲ ਝੁਕੇ।

Dad tucked in his son and the teddy bear and leaned over.

“ਸ਼ੁੱਭ ਰਾਤ, ਪੁੱਤਰ, ਸ਼ੁੱਭ ਰਾਤ, ਪਿਆਰੇ। ਮੈਂ ਤੁਹਾਨੂੰ ਪਿਆਰ ਕਰਦਾ ਹਾਂ,” ਉਸਨੇ ਕਿਹਾ।

“Goodnight, son. Goodnight, dear. I love you,” he said.

ਐਲੇਕਸ ਨੇ ਕਿਹਾ, “ਡੈਡੀ ਮੈਂ ਵੀ ਤੁਹਾਨੂੰ ਪਿਆਰ ਕਰਦਾ ਹਾਂ, ਪਰ ਮੈਂ ਇਸ ਸਮੇਂ ਸੌਂ ਨਹੀਂ ਸਕਦਾ।”

“I love you too, Daddy, but I still can’t sleep yet,” said Alex again.

“ਕਿਉਂ ਬੇਟਾ? ਕੀ ਗੱਲ ਹੈ?” ਪਿਤਾ ਜੀ ਨੇ ਪੁੱਛਿਆ।

“Why, son? What’s wrong?” asked Dad.

“ਠੀਕ ਹੈ, ਮੈਂ ਨਹੀਂ ਪਤਾ ਕਿ ਕਿਹੜਾ ਸੁਪਨਾ ਲੈਣਾ ਹੈ,” ਐਲੈਕਸ ਨੇ ਜਵਾਬ ਦਿੱਤਾ।

“Well, I don’t know what to dream about,” answered Alex.

“ਹਾਂ, ਇਹ ਬਹੁਤ ਮਹੱਤਵਪੂਰਨ ਹੈ, ਕੀ ਇਹ ਨਹੀਂ ਹੈ?” ਪਿਤਾ ਜੀ ਨੇ ਕਿਹਾ। ਅਲੈਕਸ ਨੇ ਸਿਰ ਹਿਲਾਇਆ।

"Hmmm, that's very important, isn't it?" said Dad. Alex nodded.

“ਫਿਰ, ਕਿਉਂ ਨਾ ਅਸੀਂ ਇਕੱਠੇ ਤੁਹਾਡੇ ਸੁਪਨੇ ਦੀ ਯੋਜਨਾ ਬਣਾਈਏ?” ਪਿਤਾ ਜੀ ਨੇ ਪੁੱਛਿਆ।

"Then, why don't we plan your dream together?" asked Dad.

“ਡੈਡੀ ਜੀ! ਇਹ ਇੱਕ ਚੰਗਾ ਵਿਚਾਰ ਹੈ!”

"That's a good idea, Daddy!"

“ਐਲੇਕਸ, ਜੇਕਰ ਤੁਸੀਂ ਕੁਝ ਵੀ ਬਣ ਸਕਦੇ ਹੋ ਤਾਂ ਤੁਸੀਂ ਕੀ ਬਣੋਗੇ?”

“If you could be anything at all, Alex, what would you be?”

“ਮੈਂ ਇੱਕ ਪੰਛੀ ਹੋਵਾਂਗਾ ਅਤੇ ਹਵਾ ਵਿੱਚ ਤੈਰਾਂਗਾ,” ਐਲੈਕਸ ਨੇ ਜਵਾਬ ਦਿੱਤਾ।

“I’d be a bird and float on the breeze,” answered Alex.

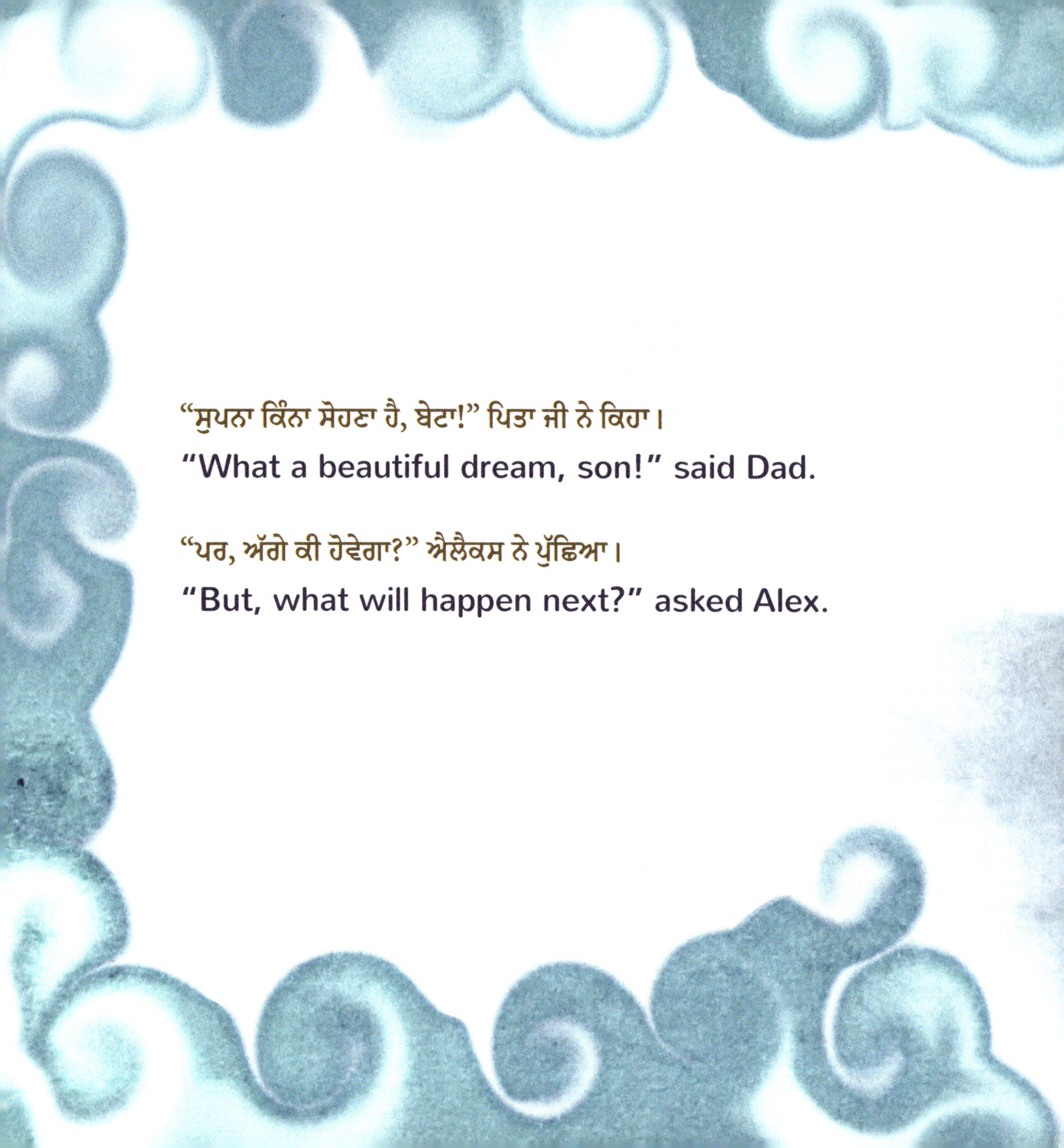

"ਸੁਪਨਾ ਕਿੰਨਾ ਸੋਹਣਾ ਹੈ, ਬੇਟਾ!" ਪਿਤਾ ਜੀ ਨੇ ਕਿਹਾ।

"What a beautiful dream, son!" said Dad.

"ਪਰ, ਅੱਗੇ ਕੀ ਹੋਵੇਗਾ?" ਐਲੈਕਸ ਨੇ ਪੁੱਛਿਆ।

"But, what will happen next?" asked Alex.

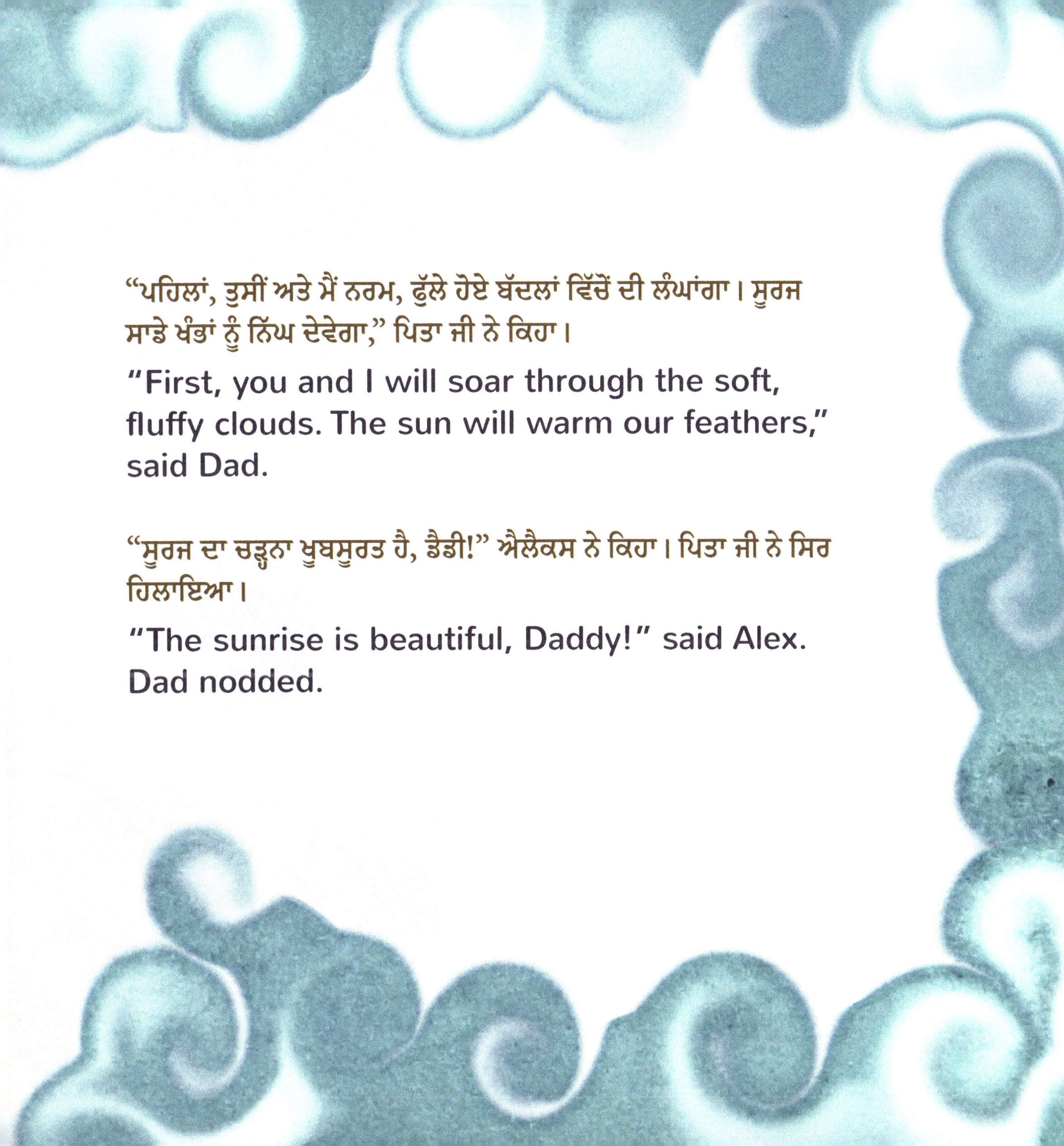

"ਪਹਿਲਾਂ, ਤੁਸੀਂ ਅਤੇ ਮੈਂ ਨਰਮ, ਫੁੱਲੇ ਹੋਏ ਬੱਦਲਾਂ ਵਿੱਚੋਂ ਦੀ ਲੰਘਾਂਗਾ। ਸੂਰਜ ਸਾਡੇ ਖੰਭਾਂ ਨੂੰ ਨਿੱਘ ਦੇਵੇਗਾ," ਪਿਤਾ ਜੀ ਨੇ ਕਿਹਾ।

"First, you and I will soar through the soft, fluffy clouds. The sun will warm our feathers," said Dad.

"ਸੂਰਜ ਦਾ ਚੜ੍ਹਨਾ ਖ਼ੂਬਸੂਰਤ ਹੈ, ਡੈਡੀ!" ਐਲੈਕਸ ਨੇ ਕਿਹਾ। ਪਿਤਾ ਜੀ ਨੇ ਸਿਰ ਹਿਲਾਇਆ।

"The sunrise is beautiful, Daddy!" said Alex. Dad nodded.

"ਅੱਗੇ, ਅਸੀਂ ਠੰਡੇ, ਸਲੇਟੀ ਪਹਾੜਾਂ ਉੱਤੇ ਚਲੇ ਜਾਵਾਂਗੇ ਅਤੇ ਸ਼ਾਂਤ ਜੰਗਲ ਵਿੱਚੋਂ ਲੰਘਾਂਗੇ," ਪਿਤਾ ਜੀ ਨੇ ਕਿਹਾ।

"Next, we will glide over the cool, gray mountains and past the quiet forest," said Dad.

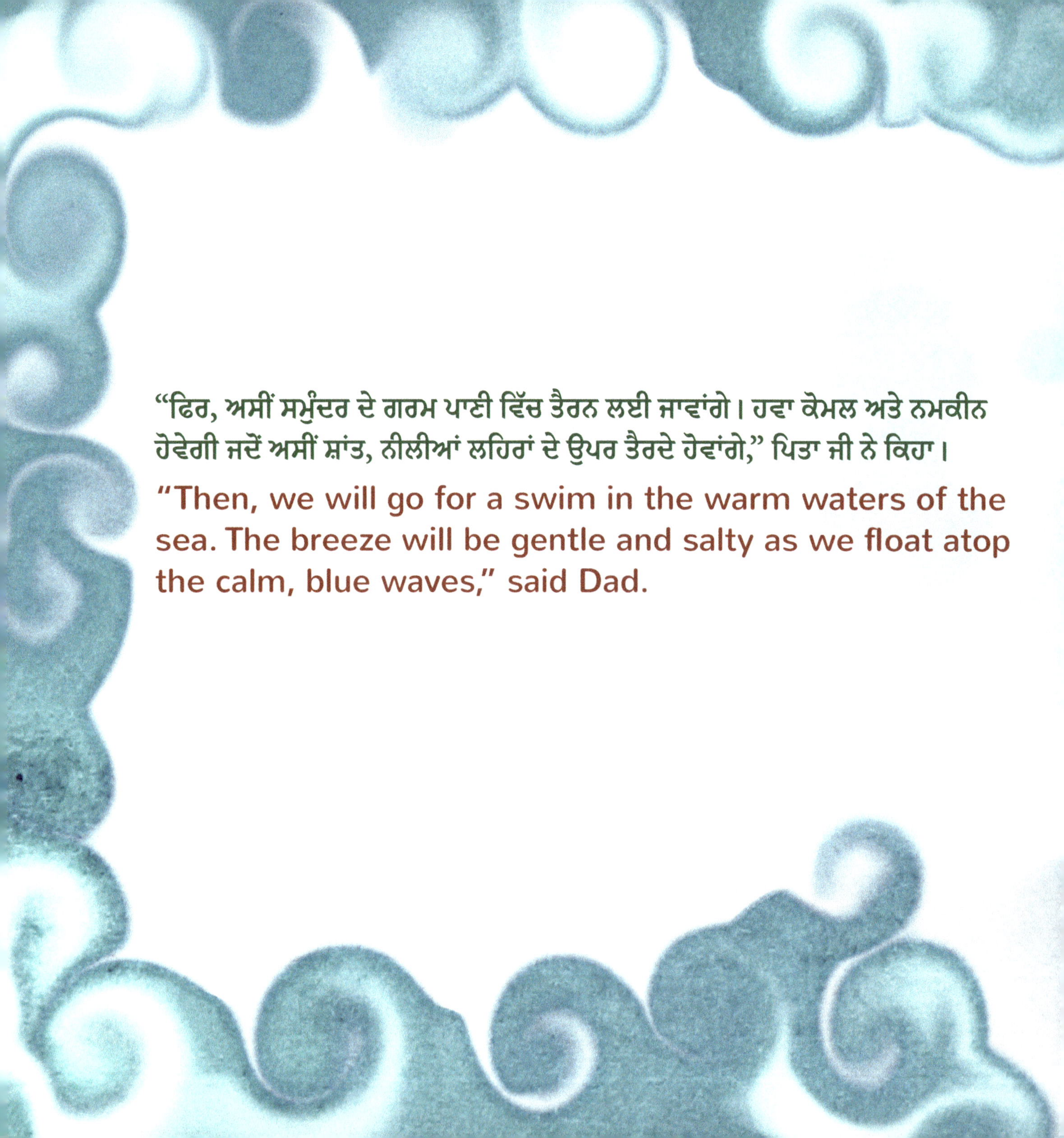

"ਫਿਰ, ਅਸੀਂ ਸਮੁੰਦਰ ਦੇ ਗਰਮ ਪਾਣੀ ਵਿੱਚ ਤੈਰਨ ਲਈ ਜਾਵਾਂਗੇ। ਹਵਾ ਕੋਮਲ ਅਤੇ ਨਮਕੀਨ ਹੋਵੇਗੀ ਜਦੋਂ ਅਸੀਂ ਸ਼ਾਂਤ, ਨੀਲੀਆਂ ਲਹਿਰਾਂ ਦੇ ਉਪਰ ਤੈਰਦੇ ਹੋਵਾਂਗੇ," ਪਿਤਾ ਜੀ ਨੇ ਕਿਹਾ।

"Then, we will go for a swim in the warm waters of the sea. The breeze will be gentle and salty as we float atop the calm, blue waves," said Dad.

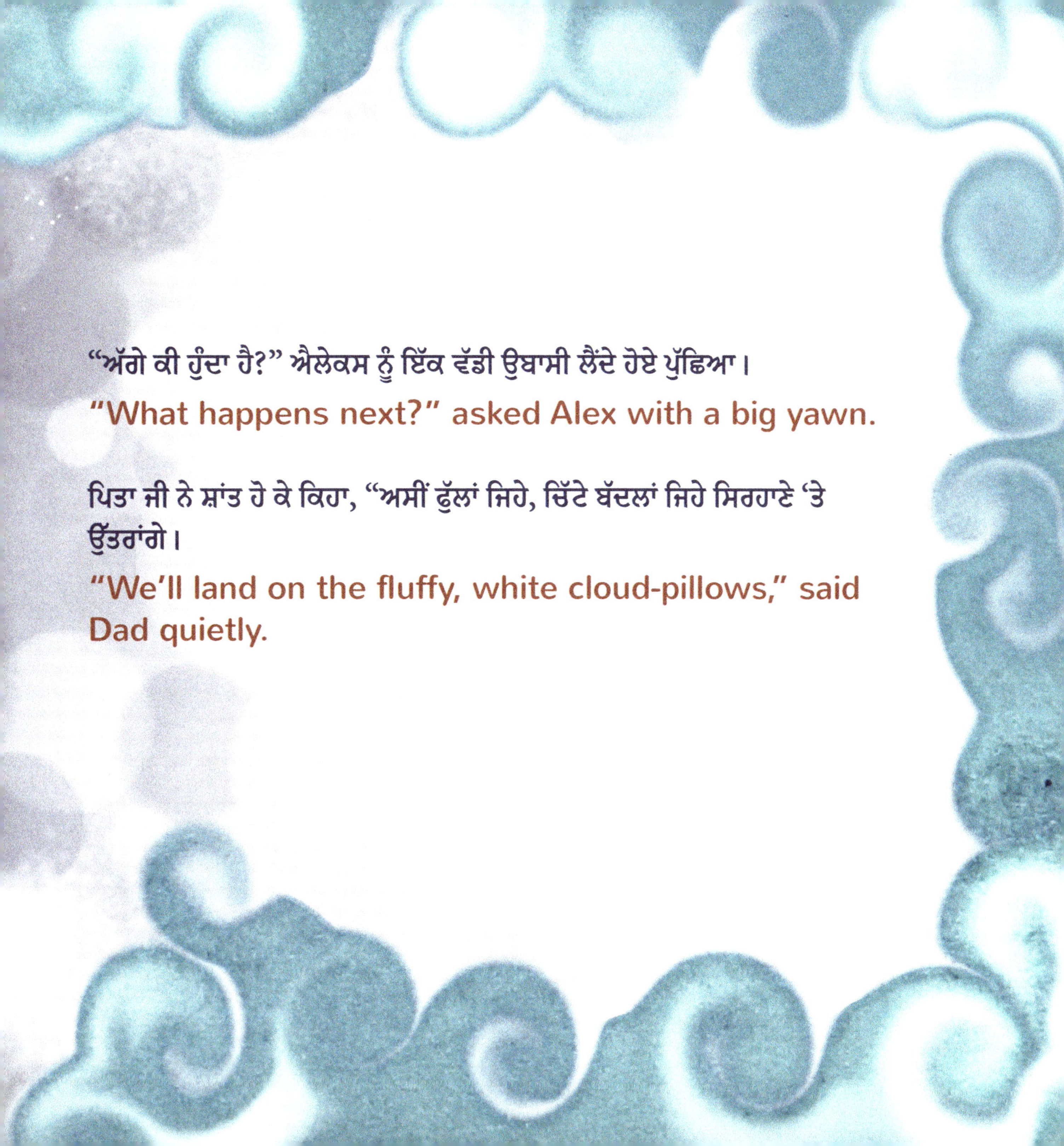

“ਅੱਗੇ ਕੀ ਹੁੰਦਾ ਹੈ?” ਐਲੇਕਸ ਨੂੰ ਇੱਕ ਵੱਡੀ ਉਬਾਸੀ ਲੈਂਦੇ ਹੋਏ ਪੁੱਛਿਆ।

“What happens next?” asked Alex with a big yawn.

ਪਿਤਾ ਜੀ ਨੇ ਸ਼ਾਂਤ ਹੋ ਕੇ ਕਿਹਾ, “ਅਸੀਂ ਫੁੱਲਾਂ ਜਿਹੇ, ਚਿੱਟੇ ਬੱਦਲਾਂ ਜਿਹੇ ਸਿਰਹਾਣੇ ‘ਤੇ ਉੱਤਰਾਂਗੇ।

“We’ll land on the fluffy, white cloud-pillows,” said Dad quietly.

ਪਿਤਾ ਜੀ ਨੇ ਅਲੈਕਸ ਨੂੰ ਸੌਂਦਿਆਂ ਵੇਖਿਆ ਅਤੇ ਉਸ ਵੱਲ ਨੂੰ ਝੁਕ ਗਏ।

Dad looked at Alex sleeping and leaned over.

“ਸ਼ੁੱਭ ਰਾਤ, ਬੇਟਾ। ਸ਼ੁੱਭ ਰਾਤ, ਪਿਆਰੇ। ਮੈਂ ਤੁਹਾਨੂੰ ਪਿਆਰ ਕਰਦਾ ਹਾਂ,” ਪਿਤਾ ਜੀ ਨੇ ਕਿਹਾ। ਫਿਰ, ਉਸਨੇ ਆਪਣੇ ਬੇਟੇ ਨੂੰ ਉਸਦੇ ਮੱਥੇ ‘ਤੇ ਇੱਕ ਚੁੰਮਣ ਦਿੱਤਾ।

“Goodnight, son. Goodnight, dear. I love you,” said Dad. Then, he gave his son a kiss on his forehead.

“ਮੈਂ ਤੈਨੂੰ ਹਮੇਸ਼ਾ ਪਿਆਰ ਕਰਾਂਗਾ। ਸ਼ੁੱਭ ਰਾਤ!”

“I will always love you. Goodnight!”

PiYo!

Printed in the USA
CPSIA information can be obtained
at www.ICGtesting.com
LVHW061603300424
778913LV00015B/357